THE CROW KING
Text copyright © 2003 Lee Joo-Hye
English text copyright © 2005 Enebor Attard
Illustrations copyright © 2003 Han Byung-Ho
Dual language edition copyright © 2005 Mantra Lingua
Published by arrangement with Woongjin ThinkBig Co, Ltd.

This edition published by Mantra Lingua Ltd,
Global House, 303 Ballards Lane, London N12 8NP, UK
www.mantralingua.com

Vua Quạ

Truyện Dân Gian Hàn Quốc

The Crow King

A Korean Folk Story

by Lee Joo-Hye
Illustrated by Han Byung-Ho
Retold in English by Enebor Attard

Vietnamese translation by Ben Lovett & Nguyen Thu Hien

Ngày xửa ngày xưa, trên vùng đất của những con quạ, có một tên vua sống và cai trị bằng những luật lệ tàn ác. Tên vua có thể bắt bất kỳ ai mà nó muốn và không ai có thể can ngăn được.

Vào một ngày kia, có một chàng trai và một cô gái đang trên đường đi về nhà thì Vua Quạ đến. Chỉ trong một lần nhào xuống nhanh lẹ Vua Quạ cắp lấy cô gái và bay về phía những đỉnh núi cao chót vót mà con người không thể nào đến được.

A long time ago, in the land of the crows, there lived a king who ruled with terror.
He would take anyone he liked and no-one could stop him.
One day, a man and woman were going home when the Crow King came.
In one giant swoop he grabbed the woman and flew away to the steep and lofty peaks where no human had ever been.

Chàng trai thề rằng sẽ tìm cho bằng được cô gái cho dù đường đi có khó khăn và tăm tối, và chàng trai không nhìn thấy gì qua làn sương mù.

The man swore that he would find the woman even though the land was rough and gloomy, and he could barely see through the white mist.

Chàng trai trèo mãi và trèo mãi cho đến tận khi gặp túp lều của một nữ tu
sỹ sống ẩn dật ở đó.
"Đừng đi tiếp mà làm gì," tu sỹ khuyên răn. "Trước nhà ngươi đã có rất
nhiều người quyết tâm đi đến đó."
Chàng trai nói anh ta không sợ, vì một tình yêu thật sự.
"Chàng trai trẻ, ngươi sẽ cần dũng khí để trở nên can đảm," nhà tu
sỹ nói. "Mười hai cánh cửa nhà ngươi phải mở để tìm được cô gái và
ở mỗi cửa đều có những con quạ canh giữ, chờ đợi để giết ngươi!
Nhớ rằng, tất cả mọi thứ trên đời này, kể cả điều tàn ác cũng có ngày
kết thúc." Sau đó, lấy một ít cơm nắm từ lều của mình, tu sỹ nói,
"Đây, hãy mang theo cái này để đánh lừa những con quạ."

He climbed higher and higher until he came to a hut where a hermit lived.
"Go no further," she warned. "Many have tried before you."
The man said he was not frightened, for his love was true.
"Young man, you will need courage to be strong," the hermit said. "Twelve doors must you
open to find her and at each door the crows watch, waiting to kill you! Remember, no
matter what happens, even evil has an end." Then, bringing some rice cakes from her hut,
she said, "Here, take these to trick the crows."

Gió thổi hoang dại hơn, mưa rơi nặng hạt hơn. Trời tối đen làm cho chàng trai nghĩ là cả bầu trời rơi sụp xuống. Chàng trai trèo từng bước từng bước một cho đến tận khi nhìn thấy lâu đài một tá cổng với những con quạ khắp mọi nơi-bay, mổ, kêu rít, canh gác – canh gác chàng trai dại dột coi thường những nguy hiểm ở phía trước.

The winds blew wilder, the rain fell harder. It was so dark that the man thought the sky had fallen down. Step by step the man climbed until he saw the fortress of a dozen doors with crows everywhere - flying, pecking, screeching, watching - watching this foolish man ignore the danger ahead.

Ở cánh cổng thứ nhất chàng trai chìa nắm cơm về phía con quạ và ném nắm cơm ra xa. Những con quạ bỏ qua chàng trai và bay theo nắm cơm trong khi chàng trai nhẹ nhàng đi đến cánh cổng thứ hai. Chàng trai làm đi làm lại như vậy qua các cổng và lần nào những con quạ cũng bỏ qua cho chàng trai đi.

At the first door the man showed the crows one rice cake and flung it far away.
The birds ignored him and rushed to the cake while the man quietly slipped through to the second door. He did this over and over again and each time the crows ignored him.

Mở cánh cổng thứ mười hai chàng trai nhìn thấy một ngôi nhà giữa hồ.
Chàng trai gọi cô gái chạy ra và ôm lấy chàng trai mừng mừng tủi tủi.
"Nhanh lên," cô gái nói, "chẳng bao lâu nữa tên Vua Quạ tàn bạo sẽ
quay về."

Opening the twelfth door the man saw a house in the middle of a lake.
He called to the woman who rushed out and hugged him with joy.
"Hurry," she said, "the monster Crow King will be back very soon."

Bên trong có một thanh kiếm to với tay cầm hình con rồng và một đôi giày.
"Nhanh lên," cô gái nói, "những cái này là của tên vua độc ác và anh phải
cầm lấy chúng."
Nhưng thanh kiếm nặng quá và đôi giày thì to quá.
Múc đầy bình nước từ cái hồ, cô gái nói, "Uống thứ thần dược này nó sẽ
làm cho anh can đảm."

Inside was a huge sword with a dragon handle and a pair of shoes.
"Quick," she said, "these belong to the monster and you must take them."
But the sword was too heavy and the shoes were too big.
Filling a jug with water from the lake, the woman cried, "Drink this tonic,
it will give you courage."

Chàng trai nhớ lại điều mà nữ tu sỹ nói và uống thứ nước đắng đó.

Chàng trai có thể cảm nhận mình dần dần trở nên lớn hơn và nhẹ hơn. Chàng trai đi đôi giày vào và đôi chân của chàng nhảy và đá một cách dễ dàng. Thanh kiếm chàng trai nhấc lên rất nhẹ như là một cành tre và chàng trai cảm nhận được linh hồn của con rồng đi vào trong trái tim của chàng.

Chàng trai không thấy sợ hãi gì hết.

The man recalled what the hermit said and drank the bitter liquid.
He could feel himself growing bigger and lighter. He put on the shoes and his feet danced and kicked with ease. The sword he lifted was as light as a bamboo branch and he felt the spirit of the dragon enter his heart.
He was not afraid.

Vài phút sau chúng quay về. Đầu tiên là tên Vua Quạ, sau đó là những con quạ hầu cận của tên vua, kêu thét và khạc nhổ.

They came a moment later. First the Crow King, then his follower crows, shrieking and spitting.

"Thế, ngươi nghĩ rằng ngươi có thể giết ta, hả?" tên Vua Quạ hỏi, mắt của nó tức giận hoang dại. "Nhà ngươi quá nhỏ bé và yếu ớt không đáng để tâm." Quay về phía bọn hầu cận, tên vua nói, "Quạ, giết nó đi."

"So, you think you can kill me, do you?" said the Crow King, his eyes wild with anger. "You are too small and weak to bother with." Turning to his followers, he said, "Crows, kill him."

Những tên chiến binh quạ nhảy về phía chàng trai chàng liền
vung kiếm lên một cách can đảm.

The warrior crows hopped towards the man who swished his sword bravely.

Sau đó cùng với sự ngạc nhiên của chúng chàng trai chiến đấu như một con rồng, giết chúng không thương sót, đến tận khi...

Then to their astonishment the man fought like a dragon, killing them without mercy, until...

tên Vua Quạ tấn công chàng trai bằng một cây giáo. Chàng trai nhảy qua chặn cây giáo lại.

the Crow King charged at him with a lance. The man leapt to block the charge.

Chàng trai chém cánh tay bên trái của Vua Quạ,
sau đó đến cánh tay bên phải. Nhưng chàng trai
sửng sốt vì đôi cánh tay mọc lại ngay lập tức.

He cut off the Crow King's left arm, then his right arm.
But to his amazement they grew back immediately.

"Vì thế," tên Vua Quạ gầm rống, "ngươi vẫn nghĩ là ngươi có thể giết ta?"
Chàng trai chặt cái cánh nhưng khi thấy nó mọc lại, sự can đảm của chàng trai bắt đầu tàn dần đi.

"So," bellowed the Crow King, "do you still think you can kill me?"
The man chopped off a wing but when it grew back again his courage began to fade.

"His head," shouted the woman, quickly gathering a basket of ash. "No new head can be so evil."
And with a final swipe the man chopped off the Crow King's head. The other crows stopped
clawing, they stopped shrieking. For once there was silence everywhere.
The man and woman gathered the sword and shoes. They filled the jug with more water and left
the kingdom of crows, praying that a new gentler king would be found.

"Cái đầu của nó," cô gái kêu lên, nhanh chóng lấy một rổ tro. "Không cái đầu mới nào có thể tà ác như thế."

Và với nhát chém cuối cùng chàng trai chặt đầu của tên Vua Quạ. Những con quạ khác dừng cào xé, chúng dừng kêu thét. Cùng lúc tất cả đều im lặng.

Chàng trai và cô gái cầm lấy thanh kiếm và đôi giày. Hai người múc đầy bình nước và rời vương quốc của những con quạ, cầu mong một ông vua mới tốt hơn sẽ ngự trị.